"THE PRACTICE

OF DAILY GRATITUDE
BRINGS SERENITY TO
YOUR SOUL"

$$\mathcal{CR} \quad \mathcal{SO}$$

"I AM GRATEFUL FOR BOTH HOPE AND FRUSTRATION AS THEY PRECEDE ACTION."

I Am Grateful For   Date__________

1. ____

2. ____

3. ____

I Am Grateful For   Date__________

1. ____

2. ____

3. ____

I Am Grateful For   Date__________

1. ____

2. ____

3. ____

I Am Grateful For   Date ___________

1. ____

2. ____

3. ____

I Am Grateful For   Date ___________

1. ____

2. ____

3. ____

I Am Grateful For   Date ___________

1. ____

2. ____

3. ____

I Am Grateful For   Date ___________

1. ____

2. ____

3. ____

I Am Grateful For   Date __________

1. ____

2. ____

3. ____

I Am Grateful For   Date __________

1. ____

2. ____

3. ____

I Am Grateful For   Date __________

1. ____

2. ____

3. ____

I Am Grateful For   Date __________

1. ____

2. ____

3. ____

Write your own inspirational quote, or one you heard, here.

I Am Grateful For   Date _________

1. ____

2. ____

3. ____

I Am Grateful For   Date _________

1. ____

2. ____

3. ____

I Am Grateful For   Date _________

1. ____

2. ____

3. ____

I Am Grateful For   Date ___________

1.______________________________________

2.______________________________________

3.______________________________________

I Am Grateful For   Date ___________

1.______________________________________

2.______________________________________

3.______________________________________

I Am Grateful For   Date ___________

1.______________________________________

2.______________________________________

3.______________________________________

I Am Grateful For   Date ___________

1.______________________________________

2.______________________________________

3.______________________________________

I Am Grateful For   Date __________

1. ____

2. ____

3. ____

I Am Grateful For   Date __________

1. ____

2. ____

3. ____

I Am Grateful For   Date __________

1. ____

2. ____

3. ____

I Am Grateful For   Date __________

1. ____

2. ____

3. ____

I Am Grateful For   Date _____________

1. ____

2. ____

3. ____

I Am Grateful For   Date _____________

1. ____

2. ____

3. ____

I Am Grateful For   Date _____________

1. ____

2. ____

3. ____

I Am Grateful For   Date _____________

1. ____

2. ____

3. ____

I Am Grateful For   Date _________

1. _______________________________________

2. _______________________________________

3. _______________________________________

I Am Grateful For   Date _________

1. _______________________________________

2. _______________________________________

3. _______________________________________

I Am Grateful For   Date _________

1. _______________________________________

2. _______________________________________

3. _______________________________________

I Am Grateful For   Date _________

1. _______________________________________

2. _______________________________________

3. _______________________________________

I Am Grateful For   Date ___________

1. ____

2. ____

3. ____

I Am Grateful For   Date ___________

1. ____

2. ____

3. ____

I Am Grateful For   Date ___________

1. ____

2. ____

3. ____

I Am Grateful For   Date ___________

1. ____

2. ____

3. ____

I Am Grateful For   Date ______________

1. ____

2. ____

3. ____

I Am Grateful For   Date ______________

1. ____

2. ____

3. ____

I Am Grateful For   Date ______________

1. ____

2. ____

3. ____

I Am Grateful For   Date ______________

1. ____

2. ____

3. ____

ॐ ॐ

"Joy is finding
gratitude in the simple things."

I Am Grateful For   Date___________

1.____

2.____

3.____

I Am Grateful For   Date___________

1.____

2.____

3.____

I Am Grateful For   Date___________

1.____

2.____

3.____

I Am Grateful For   Date _____________

1. ____

2. ____

3. ____

I Am Grateful For   Date _____________

1. ____

2. ____

3. ____

I Am Grateful For   Date _____________

1. ____

2. ____

3. ____

I Am Grateful For   Date _____________

1. ____

2. ____

3. ____

I Am Grateful For   Date ___________

1. ____

2. ____

3. ____

I Am Grateful For   Date ___________

1. ____

2. ____

3. ____

I Am Grateful For   Date ___________

1. ____

2. ____

3. ____

I Am Grateful For   Date ___________

1. ____

2. ____

3. ____

୧୨ ୧୨

Write your own inspirational quote, or one you heard, here.

I Am Grateful For   Date_________

1.____

2.____

3.____

I Am Grateful For   Date_________

1.____

2.____

3.____

I Am Grateful For   Date_________

1.____

2.____

3.____

I Am Grateful For   Date ___________

1. ____

2. ____

3. ____

I Am Grateful For   Date ___________

1. ____

2. ____

3. ____

I Am Grateful For   Date ___________

1. ____

2. ____

3. ____

I Am Grateful For   Date ___________

1. ____

2. ____

3. ____

I Am Grateful For   Date ______________

1. ____

2. ____

3. ____

I Am Grateful For   Date ______________

1. ____

2. ____

3. ____

I Am Grateful For   Date ______________

1. ____

2. ____

3. ____

I Am Grateful For   Date ______________

1. ____

2. ____

3. ____

I Am Grateful For   Date ____________

1. ____

2. ____

3. ____

I Am Grateful For   Date ____________

1. ____

2. ____

3. ____

I Am Grateful For   Date ____________

1. ____

2. ____

3. ____

I Am Grateful For   Date ____________

1. ____

2. ____

3. ____

I Am Grateful For   Date __________

1. ____

2. ____

3. ____

I Am Grateful For   Date __________

1. ____

2. ____

3. ____

I Am Grateful For   Date __________

1. ____

2. ____

3. ____

I Am Grateful For   Date __________

1. ____

2. ____

3. ____

I Am Grateful For

Date _____________

1. ____

2. ____

3. ____

I Am Grateful For

Date _____________

1. ____

2. ____

3. ____

I Am Grateful For

Date _____________

1. ____

2. ____

3. ____

I Am Grateful For

Date _____________

1. ____

2. ____

3. ____

I Am Grateful For   Date _____________

1. ____

2. ____

3. ____

I Am Grateful For   Date _____________

1. ____

2. ____

3. ____

I Am Grateful For   Date _____________

1. ____

2. ____

3. ____

I Am Grateful For   Date _____________

1. ____

2. ____

3. ____

"ATTITUDE AND GRATITUDE ARE CHOICES, NOT OBLIGATIONS"

I Am Grateful For   Date__________

1. _______________________________________

2. _______________________________________

3. _______________________________________

I Am Grateful For   Date__________

1. _______________________________________

2. _______________________________________

3. _______________________________________

I Am Grateful For   Date__________

1. _______________________________________

2. _______________________________________

3. _______________________________________

I Am Grateful For

Date __________

1. _________________________________

2. _________________________________

3. _________________________________

I Am Grateful For

Date __________

1. _________________________________

2. _________________________________

3. _________________________________

I Am Grateful For

Date __________

1. _________________________________

2. _________________________________

3. _________________________________

I Am Grateful For

Date __________

1. _________________________________

2. _________________________________

3. _________________________________

I Am Grateful For   Date ___________

1. ____

2. ____

3. ____

I Am Grateful For   Date ___________

1. ____

2. ____

3. ____

I Am Grateful For   Date ___________

1. ____

2. ____

3. ____

I Am Grateful For   Date ___________

1. ____

2. ____

3. ____

Write your own inspirational quote, or one you heard, here.

I Am Grateful For   Date ___________

1. ____

2. ____

3. ____

I Am Grateful For   Date ___________

1. ____

2. ____

3. ____

I Am Grateful For   Date ___________

1. ____

2. ____

3. ____

I Am Grateful For   Date ___________

1. __________________________________

2. __________________________________

3. __________________________________

I Am Grateful For   Date ___________

1. __________________________________

2. __________________________________

3. __________________________________

I Am Grateful For   Date ___________

1. __________________________________

2. __________________________________

3. __________________________________

I Am Grateful For   Date ___________

1. __________________________________

2. __________________________________

3. __________________________________

I Am Grateful For   Date ________

1. ___________________________________

2. ___________________________________

3. ___________________________________

I Am Grateful For   Date ________

1. ___________________________________

2. ___________________________________

3. ___________________________________

I Am Grateful For   Date ________

1. ___________________________________

2. ___________________________________

3. ___________________________________

I Am Grateful For   Date ________

1. ___________________________________

2. ___________________________________

3. ___________________________________

I Am Grateful For   Date ___________

1. _______________________________________

2. _______________________________________

3. _______________________________________

I Am Grateful For   Date ___________

1. _______________________________________

2. _______________________________________

3. _______________________________________

I Am Grateful For   Date ___________

1. _______________________________________

2. _______________________________________

3. _______________________________________

I Am Grateful For   Date ___________

1. _______________________________________

2. _______________________________________

3. _______________________________________

I Am Grateful For   Date _____________

1. ____

2. ____

3. ____

I Am Grateful For   Date _____________

1. ____

2. ____

3. ____

I Am Grateful For   Date _____________

1. ____

2. ____

3. ____

I Am Grateful For   Date _____________

1. ____

2. ____

3. ____

I Am Grateful For   Date ___________

1. ____

2. ____

3. ____

I Am Grateful For   Date ___________

1. ____

2. ____

3. ____

I Am Grateful For   Date ___________

1. ____

2. ____

3. ____

I Am Grateful For   Date ___________

1. ____

2. ____

3. ____

I Am Grateful For   Date _____________

1. ____

2. ____

3. ____

I Am Grateful For   Date _____________

1. ____

2. ____

3. ____

I Am Grateful For   Date _____________

1. ____

2. ____

3. ____

I Am Grateful For   Date _____________

1. ____

2. ____

3. ____

℘ℛ ℰ℘

"breathe deep
AND COUNT YOUR BLESSINGS AS
quiet reflections
CALM THE SOUL."

I Am Grateful For   Date __________

1. ____

2. ____

3. ____

I Am Grateful For   Date __________

1. ____

2. ____

3. ____

I Am Grateful For   Date __________

1. ____

2. ____

3. ____

I Am Grateful For

Date __________

1. ____

2. ____

3. ____

I Am Grateful For

Date __________

1. ____

2. ____

3. ____

I Am Grateful For

Date __________

1. ____

2. ____

3. ____

I Am Grateful For

Date __________

1. ____

2. ____

3. ____

I Am Grateful For   Date _______________

1. _______________________________________

2. _______________________________________

3. _______________________________________

I Am Grateful For   Date _______________

1. _______________________________________

2. _______________________________________

3. _______________________________________

I Am Grateful For   Date _______________

1. _______________________________________

2. _______________________________________

3. _______________________________________

I Am Grateful For   Date _______________

1. _______________________________________

2. _______________________________________

3. _______________________________________

Write your own inspirational quote, or one you heard, here.

I Am Grateful For Date _________

1. _______________________________________

2. _______________________________________

3. _______________________________________

I Am Grateful For Date _________

1. _______________________________________

2. _______________________________________

3. _______________________________________

I Am Grateful For Date _________

1. _______________________________________

2. _______________________________________

3. _______________________________________

I Am Grateful For   Date __________

1. ____

2. ____

3. ____

I Am Grateful For   Date __________

1. ____

2. ____

3. ____

I Am Grateful For   Date __________

1. ____

2. ____

3. ____

I Am Grateful For   Date __________

1. ____

2. ____

3. ____

I Am Grateful For   Date ___________

1. ____

2. ____

3. ____

I Am Grateful For   Date ___________

1. ____

2. ____

3. ____

I Am Grateful For   Date ___________

1. ____

2. ____

3. ____

I Am Grateful For   Date ___________

1. ____

2. ____

3. ____

I Am Grateful For   Date _____________

1. _______________________________________

2. _______________________________________

3. _______________________________________

I Am Grateful For   Date _____________

1. _______________________________________

2. _______________________________________

3. _______________________________________

I Am Grateful For   Date _____________

1. _______________________________________

2. _______________________________________

3. _______________________________________

I Am Grateful For   Date _____________

1. _______________________________________

2. _______________________________________

3. _______________________________________

I Am Grateful For   Date __________

1. ____

2. ____

3. ____

I Am Grateful For   Date __________

1. ____

2. ____

3. ____

I Am Grateful For   Date __________

1. ____

2. ____

3. ____

I Am Grateful For   Date __________

1. ____

2. ____

3. ____

I Am Grateful For   Date _______________

1. ____

2. ____

3. ____

I Am Grateful For   Date _______________

1. ____

2. ____

3. ____

I Am Grateful For   Date _______________

1. ____

2. ____

3. ____

I Am Grateful For   Date _______________

1. ____

2. ____

3. ____

I Am Grateful For   Date __________

1. _______________________________________

2. _______________________________________

3. _______________________________________

I Am Grateful For   Date __________

1. _______________________________________

2. _______________________________________

3. _______________________________________

I Am Grateful For   Date __________

1. _______________________________________

2. _______________________________________

3. _______________________________________

I Am Grateful For   Date __________

1. _______________________________________

2. _______________________________________

3. _______________________________________

I Am Grateful For   Date_________

1. _______________________________________

2. _______________________________________

3. _______________________________________

I Am Grateful For   Date_________

1. _______________________________________

2. _______________________________________

3. _______________________________________

I Am Grateful For   Date_________

1. _______________________________________

2. _______________________________________

3. _______________________________________

I Am Grateful For   Date ______________

1. ____

2. ____

3. ____

I Am Grateful For   Date ______________

1. ____

2. ____

3. ____

I Am Grateful For   Date ______________

1. ____

2. ____

3. ____

I Am Grateful For   Date ______________

1. ____

2. ____

3. ____

I Am Grateful For   Date ___________

1. ____

2. ____

3. ____

I Am Grateful For   Date ___________

1. ____

2. ____

3. ____

I Am Grateful For   Date ___________

1. ____

2. ____

3. ____

I Am Grateful For   Date ___________

1. ____

2. ____

3. ____

Write your own inspirational quote, or one you heard, here.

I Am Grateful For   Date__________

1. ____

2. ____

3. ____

I Am Grateful For   Date__________

1. ____

2. ____

3. ____

I Am Grateful For   Date__________

1. ____

2. ____

3. ____

I Am Grateful For   Date ____________

1.____

2.____

3.____

I Am Grateful For   Date ____________

1.____

2.____

3.____

I Am Grateful For   Date ____________

1.____

2.____

3.____

I Am Grateful For   Date ____________

1.____

2.____

3.____

I Am Grateful For   Date _____________

1. ____

2. ____

3. ____

I Am Grateful For   Date _____________

1. ____

2. ____

3. ____

I Am Grateful For   Date _____________

1. ____

2. ____

3. ____

I Am Grateful For   Date _____________

1. ____

2. ____

3. ____

I Am Grateful For   Date ___________

1. _______________________________________

2. _______________________________________

3. _______________________________________

I Am Grateful For   Date ___________

1. _______________________________________

2. _______________________________________

3. _______________________________________

I Am Grateful For   Date ___________

1. _______________________________________

2. _______________________________________

3. _______________________________________

I Am Grateful For   Date ___________

1. _______________________________________

2. _______________________________________

3. _______________________________________

I Am Grateful For   Date ___________

1. ____

2. ____

3. ____

I Am Grateful For   Date ___________

1. ____

2. ____

3. ____

I Am Grateful For   Date ___________

1. ____

2. ____

3. ____

I Am Grateful For   Date ___________

1. ____

2. ____

3. ____

I Am Grateful For   Date _________

1. _______________________________________

2. _______________________________________

3. _______________________________________

I Am Grateful For   Date _________

1. _______________________________________

2. _______________________________________

3. _______________________________________

I Am Grateful For   Date _________

1. _______________________________________

2. _______________________________________

3. _______________________________________

I Am Grateful For   Date _________

1. _______________________________________

2. _______________________________________

3. _______________________________________

I Am Grateful For   Date __________

1. _______________________________________

2. _______________________________________

3. _______________________________________

I Am Grateful For   Date __________

1. _______________________________________

2. _______________________________________

3. _______________________________________

I Am Grateful For   Date __________

1. _______________________________________

2. _______________________________________

3. _______________________________________

I Am Grateful For   Date __________

1. _______________________________________

2. _______________________________________

3. _______________________________________

CR   SO

" Be grateful for the
beauty of nature.
Watch the sunset,
listen to the
crash of the
waves and find
your peace."

I Am Grateful For   Date _________

1. _______________________________________

2. _______________________________________

3. _______________________________________

I Am Grateful For   Date _________

1. _______________________________________

2. _______________________________________

3. _______________________________________

I Am Grateful For   Date _________

1. _______________________________________

2. _______________________________________

3. _______________________________________

I Am Grateful For   Date __________

1. ____

2. ____

3. ____

I Am Grateful For   Date __________

1. ____

2. ____

3. ____

I Am Grateful For   Date __________

1. ____

2. ____

3. ____

I Am Grateful For   Date __________

1. ____

2. ____

3. ____

I Am Grateful For   Date ___________

1. ____

2. ____

3. ____

I Am Grateful For   Date ___________

1. ____

2. ____

3. ____

I Am Grateful For   Date ___________

1. ____

2. ____

3. ____

I Am Grateful For   Date ___________

1. ____

2. ____

3. ____

Write your own inspirational quote, or one you heard, here.

I Am Grateful For   Date_________

1._______________________________________

2._______________________________________

3._______________________________________

I Am Grateful For   Date_________

1._______________________________________

2._______________________________________

3._______________________________________

I Am Grateful For   Date_________

1._______________________________________

2._______________________________________

3._______________________________________

I Am Grateful For   Date _____________

1. ____

2. ____

3. ____

I Am Grateful For   Date _____________

1. ____

2. ____

3. ____

I Am Grateful For   Date _____________

1. ____

2. ____

3. ____

I Am Grateful For   Date _____________

1. ____

2. ____

3. ____

I Am Grateful For   Date ____________

1. ____

2. ____

3. ____

I Am Grateful For   Date ____________

1. ____

2. ____

3. ____

I Am Grateful For   Date ____________

1. ____

2. ____

3. ____

I Am Grateful For   Date ____________

1. ____

2. ____

3. ____

I Am Grateful For   Date __________

1. ____

2. ____

3. ____

I Am Grateful For   Date __________

1. ____

2. ____

3. ____

I Am Grateful For   Date __________

1. ____

2. ____

3. ____

I Am Grateful For   Date __________

1. ____

2. ____

3. ____

I Am Grateful For   Date ___________

1. ____

2. ____

3. ____

I Am Grateful For   Date ___________

1. ____

2. ____

3. ____

I Am Grateful For   Date ___________

1. ____

2. ____

3. ____

I Am Grateful For   Date ___________

1. ____

2. ____

3. ____

I Am Grateful For   Date ___________

1. _______________________________________

2. _______________________________________

3. _______________________________________

I Am Grateful For   Date ___________

1. _______________________________________

2. _______________________________________

3. _______________________________________

I Am Grateful For   Date ___________

1. _______________________________________

2. _______________________________________

3. _______________________________________

I Am Grateful For   Date ___________

1. _______________________________________

2. _______________________________________

3. _______________________________________

I Am Grateful For   Date __________

1. ____

2. ____

3. ____

I Am Grateful For   Date __________

1. ____

2. ____

3. ____

I Am Grateful For   Date __________

1. ____

2. ____

3. ____

I Am Grateful For   Date __________

1. ____

2. ____

3. ____

ℭℜ ℰ𝔇

I Am Grateful For   Date_________

1. _______________________________________

2. _______________________________________

3. _______________________________________

I Am Grateful For   Date_________

1. _______________________________________

2. _______________________________________

3. _______________________________________

I Am Grateful For   Date_________

1. _______________________________________

2. _______________________________________

3. _______________________________________

I Am Grateful For   Date __________

1. ____

2. ____

3. ____

I Am Grateful For   Date __________

1. ____

2. ____

3. ____

I Am Grateful For   Date __________

1. ____

2. ____

3. ____

I Am Grateful For   Date __________

1. ____

2. ____

3. ____

I Am Grateful For   Date __________

1. ____

2. ____

3. ____

I Am Grateful For   Date __________

1. ____

2. ____

3. ____

I Am Grateful For   Date __________

1. ____

2. ____

3. ____

I Am Grateful For   Date __________

1. ____

2. ____

3. ____

ಔ ಙ

Write your own inspirational quote, or one you heard, here.

I Am Grateful For   Date_________

1.____

2.____

3.____

I Am Grateful For   Date_________

1.____

2.____

3.____

I Am Grateful For   Date_________

1.____

2.____

3.____

I Am Grateful For   Date __________

1. ____________________________________

2. ____________________________________

3. ____________________________________

I Am Grateful For   Date __________

1. ____________________________________

2. ____________________________________

3. ____________________________________

I Am Grateful For   Date __________

1. ____________________________________

2. ____________________________________

3. ____________________________________

I Am Grateful For   Date __________

1. ____________________________________

2. ____________________________________

3. ____________________________________

I Am Grateful For

Date ___________

1. ____

2. ____

3. ____

I Am Grateful For

Date ___________

1. ____

2. ____

3. ____

I Am Grateful For

Date ___________

1. ____

2. ____

3. ____

I Am Grateful For

Date ___________

1. ____

2. ____

3. ____

I Am Grateful For   Date ___________

1.____

2.____

3.____

I Am Grateful For   Date ___________

1.____

2.____

3.____

I Am Grateful For   Date ___________

1.____

2.____

3.____

I Am Grateful For   Date ___________

1.____

2.____

3.____

I Am Grateful For Date _________

1. _______________________________

2. _______________________________

3. _______________________________

I Am Grateful For Date _________

1. _______________________________

2. _______________________________

3. _______________________________

I Am Grateful For Date _________

1. _______________________________

2. _______________________________

3. _______________________________

I Am Grateful For Date _________

1. _______________________________

2. _______________________________

3. _______________________________

I Am Grateful For   Date ___________

1. ____

2. ____

3. ____

I Am Grateful For   Date ___________

1. ____

2. ____

3. ____

I Am Grateful For   Date ___________

1. ____

2. ____

3. ____

I Am Grateful For   Date ___________

1. ____

2. ____

3. ____

I Am Grateful For   Date __________

1. ____

2. ____

3. ____

I Am Grateful For   Date __________

1. ____

2. ____

3. ____

I Am Grateful For   Date __________

1. ____

2. ____

3. ____

I Am Grateful For   Date __________

1. ____

2. ____

3. ____

I Am Grateful For   Date_________

1. _______________________________________

2. _______________________________________

3. _______________________________________

I Am Grateful For   Date_________

1. _______________________________________

2. _______________________________________

3. _______________________________________

I Am Grateful For   Date_________

1. _______________________________________

2. _______________________________________

3. _______________________________________

I Am Grateful For   Date __________

1. ____

2. ____

3. ____

I Am Grateful For   Date __________

1. ____

2. ____

3. ____

I Am Grateful For   Date __________

1. ____

2. ____

3. ____

I Am Grateful For   Date __________

1. ____

2. ____

3. ____

I Am Grateful For   Date _____________

1. _______________________________________

2. _______________________________________

3. _______________________________________

I Am Grateful For   Date _____________

1. _______________________________________

2. _______________________________________

3. _______________________________________

I Am Grateful For   Date _____________

1. _______________________________________

2. _______________________________________

3. _______________________________________

I Am Grateful For   Date _____________

1. _______________________________________

2. _______________________________________

3. _______________________________________

ℭ ℬ

Write your own inspirational quote, or one you heard, here.

I Am Grateful For Date _________

1. _______________________________________

2. _______________________________________

3. _______________________________________

I Am Grateful For Date _________

1. _______________________________________

2. _______________________________________

3. _______________________________________

I Am Grateful For Date _________

1. _______________________________________

2. _______________________________________

3. _______________________________________

I Am Grateful For   Date _______________

1. ____

2. ____

3. ____

I Am Grateful For   Date _______________

1. ____

2. ____

3. ____

I Am Grateful For   Date _______________

1. ____

2. ____

3. ____

I Am Grateful For   Date _______________

1. ____

2. ____

3. ____

I Am Grateful For   Date _____________

1. ____

2. ____

3. ____

I Am Grateful For   Date _____________

1. ____

2. ____

3. ____

I Am Grateful For   Date _____________

1. ____

2. ____

3. ____

I Am Grateful For   Date _____________

1. ____

2. ____

3. ____

I Am Grateful For   Date ___________

1.______________________________________

2.______________________________________

3.______________________________________

I Am Grateful For   Date ___________

1.______________________________________

2.______________________________________

3.______________________________________

I Am Grateful For   Date ___________

1.______________________________________

2.______________________________________

3.______________________________________

I Am Grateful For   Date ___________

1.______________________________________

2.______________________________________

3.______________________________________

I Am Grateful For   Date __________

1. _______________________________________

2. _______________________________________

3. _______________________________________

I Am Grateful For   Date __________

1. _______________________________________

2. _______________________________________

3. _______________________________________

I Am Grateful For   Date __________

1. _______________________________________

2. _______________________________________

3. _______________________________________

I Am Grateful For   Date __________

1. _______________________________________

2. _______________________________________

3. _______________________________________

I Am Grateful For   Date _____________

1. ____

2. ____

3. ____

I Am Grateful For   Date _____________

1. ____

2. ____

3. ____

I Am Grateful For   Date _____________

1. ____

2. ____

3. ____

I Am Grateful For   Date _____________

1. ____

2. ____

3. ____

I Am Grateful For   Date __________

1. ______________________________________

2. ______________________________________

3. ______________________________________

I Am Grateful For   Date __________

1. ______________________________________

2. ______________________________________

3. ______________________________________

I Am Grateful For   Date __________

1. ______________________________________

2. ______________________________________

3. ______________________________________

I Am Grateful For   Date __________

1. ______________________________________

2. ______________________________________

3. ______________________________________

> " I AM GRATEFUL THAT I CAN FOCUS ON WHAT MATTERS
> AND LET GO OF WHAT DOESN'T. "

I Am Grateful For   Date_________

1. ____

2. ____

3. ____

I Am Grateful For   Date_________

1. ____

2. ____

3. ____

I Am Grateful For   Date_________

1. ____

2. ____

3. ____

I Am Grateful For

Date __________

1. ______________________________________

2. ______________________________________

3. ______________________________________

I Am Grateful For

Date __________

1. ______________________________________

2. ______________________________________

3. ______________________________________

I Am Grateful For

Date __________

1. ______________________________________

2. ______________________________________

3. ______________________________________

I Am Grateful For

Date __________

1. ______________________________________

2. ______________________________________

3. ______________________________________

I Am Grateful For   Date _____________

1. _______________________________________

2. _______________________________________

3. _______________________________________

I Am Grateful For   Date _____________

1. _______________________________________

2. _______________________________________

3. _______________________________________

I Am Grateful For   Date _____________

1. _______________________________________

2. _______________________________________

3. _______________________________________

I Am Grateful For   Date _____________

1. _______________________________________

2. _______________________________________

3. _______________________________________

Write your own inspirational quote, or one you heard, here.

I Am Grateful For   Date _________

1. _______________________________________

2. _______________________________________

3. _______________________________________

I Am Grateful For   Date _________

1. _______________________________________

2. _______________________________________

3. _______________________________________

I Am Grateful For   Date _________

1. _______________________________________

2. _______________________________________

3. _______________________________________

I Am Grateful For   Date _________

1. _________________________________

2. _________________________________

3. _________________________________

I Am Grateful For   Date _________

1. _________________________________

2. _________________________________

3. _________________________________

I Am Grateful For   Date _________

1. _________________________________

2. _________________________________

3. _________________________________

I Am Grateful For   Date _________

1. _________________________________

2. _________________________________

3. _________________________________

I Am Grateful For   Date ___________

1. ____

2. ____

3. ____

I Am Grateful For   Date ___________

1. ____

2. ____

3. ____

I Am Grateful For   Date ___________

1. ____

2. ____

3. ____

I Am Grateful For   Date ___________

1. ____

2. ____

3. ____

I Am Grateful For   Date ___________

1. ____

2. ____

3. ____

I Am Grateful For   Date ___________

1. ____

2. ____

3. ____

I Am Grateful For   Date ___________

1. ____

2. ____

3. ____

I Am Grateful For   Date ___________

1. ____

2. ____

3. ____

I Am Grateful For   Date __________

1. ____

2. ____

3. ____

I Am Grateful For   Date __________

1. ____

2. ____

3. ____

I Am Grateful For   Date __________

1. ____

2. ____

3. ____

I Am Grateful For   Date __________

1. ____

2. ____

3. ____

I Am Grateful For   Date _____________

1. ____

2. ____

3. ____

I Am Grateful For   Date _____________

1. ____

2. ____

3. ____

I Am Grateful For   Date _____________

1. ____

2. ____

3. ____

I Am Grateful For   Date _____________

1. ____

2. ____

3. ____

I Am Grateful For   Date __________

1. ____

2. ____

3. ____

I Am Grateful For   Date __________

1. ____

2. ____

3. ____

I Am Grateful For   Date __________

1. ____

2. ____

3. ____

I Am Grateful For   Date __________

1. ____

2. ____

3. ____

> "i am grateful
> FOR THE LESSONS LEARNED
> as they prepared me for
> THE PATH YET TO COME."

I Am Grateful For   Date __________

1. _______________________________________

2. _______________________________________

3. _______________________________________

I Am Grateful For   Date __________

1. _______________________________________

2. _______________________________________

3. _______________________________________

I Am Grateful For   Date __________

1. _______________________________________

2. _______________________________________

3. _______________________________________

I Am Grateful For   Date ___________

1. ____

2. ____

3. ____

I Am Grateful For   Date ___________

1. ____

2. ____

3. ____

I Am Grateful For   Date ___________

1. ____

2. ____

3. ____

I Am Grateful For   Date ___________

1. ____

2. ____

3. ____

I Am Grateful For   Date _____________

1. ____

2. ____

3. ____

I Am Grateful For   Date _____________

1. ____

2. ____

3. ____

I Am Grateful For   Date _____________

1. ____

2. ____

3. ____

I Am Grateful For   Date _____________

1. ____

2. ____

3. ____

ℭ ℬ

Write your own inspirational quote, or one you heard, here.

I Am Grateful For   Date_________

1.____

2.____

3.____

I Am Grateful For   Date_________

1.____

2.____

3.____

I Am Grateful For   Date_________

1.____

2.____

3.____

I Am Grateful For   Date __________

1. ______________________________________

2. ______________________________________

3. ______________________________________

I Am Grateful For   Date __________

1. ______________________________________

2. ______________________________________

3. ______________________________________

I Am Grateful For   Date __________

1. ______________________________________

2. ______________________________________

3. ______________________________________

I Am Grateful For   Date __________

1. ______________________________________

2. ______________________________________

3. ______________________________________

I Am Grateful For   Date ___________

1. _______________________________________

2. _______________________________________

3. _______________________________________

I Am Grateful For   Date ___________

1. _______________________________________

2. _______________________________________

3. _______________________________________

I Am Grateful For   Date ___________

1. _______________________________________

2. _______________________________________

3. _______________________________________

I Am Grateful For   Date ___________

1. _______________________________________

2. _______________________________________

3. _______________________________________

I Am Grateful For   Date __________

1. ____

2. ____

3. ____

I Am Grateful For   Date __________

1. ____

2. ____

3. ____

I Am Grateful For   Date __________

1. ____

2. ____

3. ____

I Am Grateful For   Date __________

1. ____

2. ____

3. ____

I Am Grateful For   Date __________

1. ____

2. ____

3. ____

I Am Grateful For   Date __________

1. ____

2. ____

3. ____

I Am Grateful For   Date __________

1. ____

2. ____

3. ____

I Am Grateful For   Date __________

1. ____

2. ____

3. ____

I Am Grateful For   Date ___________

1. ____

2. ____

3. ____

I Am Grateful For   Date ___________

1. ____

2. ____

3. ____

I Am Grateful For   Date ___________

1. ____

2. ____

3. ____

I Am Grateful For   Date ___________

1. ____

2. ____

3. ____